D0273441

ਅਸਚਰਜ
ਗਰੇਸ

For Buchi Emecheta - *M.H.*
For Joe - *C.B.*

Panjabi Translation by
Manjit K. Matharu
ਅਨੁਵਾਦਃ ਮਨਜੀਤ ਕੋਰ ਮਥਾਰੂ

Amazing Grace copyright © Frances Lincoln Limited 1991
Text copyright © Mary Hoffman 1991
Illustrations copyright © Caroline Binch 1991

First published in Great Britain in 1991 by
Frances Lincoln Limited, 4 Torriano Mews
Torriano Avenue, London NW5 2RZ

First Panjabi language edition published by Frances Lincoln in 2005

All rights reserved
No part of this publication may be reproduced, stored in a retrieval system, or transmitted,
in any form, or by any means, electrical, mechanical, photocopying, recording or otherwise
without the prior written permission of the publisher or a licence permitting restricted copying.
In the United Kingdom such licences are issued by the Copyright Licensing Agency,
90 Tottenham Court Road, London W1P 9HE.

British Library Cataloguing in Publication Data available on request.

ISBN: 1-84507-383-5

Printed in China

1 3 5 7 9 8 6 4 2

Amazing Grace

Written by
Mary Hoffman
Illustrated by
Caroline Binch

BIRMINGHAM LIBRARIES
MERE GREEN
JAN 2006

FRANCES LINCOLN CHILDREN'S BOOKS

Grace was a girl who loved stories.

She didn't mind if they were read to her or told to her or made up in her own head. She didn't care if they were from books or on TV or in films or on the video or out of Nana's long memory. Grace just loved stories.

And after she had heard them, or sometimes while they were still going on, Grace would act them out. And she always gave herself the most exciting part.

ਗਰੇਸ ਇੱਕ ਲੜਕੀ ਸੀ ਜੋ ਕਹਾਣੀਆਂ ਬਹੁਤ ਪਸੰਦ ਕਰਦੀ ਸੀ। ਉਹ ਇਸ ਚੀਜ਼ ਦਾ ਖਿਆਲ ਨਹੀਂ ਸੀ ਕਰਦੀ ਕਿ ਕਹਾਣੀਆਂ ਪੜ੍ਹੀਆਂ ਜਾਣ, ਸੁਣਾਈਆਂ ਜਾਣ ਜਾਂ ਉਸ ਦੇ ਆਪਣੇ ਦਿਮਾਗ ਨਾਲ ਬਣਾਈਆਂ ਜਾਣ। ਉਸਨੂੰ ਇਸ ਦੀ ਕੋਈ ਪ੍ਰਵਾਹ ਨਹੀਂ ਸੀ ਕਿ ਕਹਾਣੀਆਂ ਕਿਤਾਬਾਂ ਵਿਚੋਂ ਹੋਣ, ਟੀ ਵੀ ਤੇ ਹੋਣ, ਫ਼ਿਲਮਾ ਵਿਚੋਂ ਹੋਣ ਜਾਂ ਵਿਡੀਓ ਤੇ ਹੋਣ ਜਾਂ ਫਿਰ ਨਾਨੀ ਦੀ ਲੰਬੀ ਯਾਦ ਸ਼ਕਤੀ ਵਿਚੋਂ ਹੋਣ। ਗਰੇਸ ਤਾਂ ਸਿਰਫ਼ ਕਹਾਣੀਆਂ ਪਸੰਦ ਕਰਦੀ ਸੀ। ਕਹਾਣੀਆਂ ਸੁਣਨ ਤੋਂ ਬਾਅਦ ਜਾਂ ਕਦੇ ਕਦੇ ਜਦੋਂ ਉਹ ਚੱਲ ਰਹੀਆਂ ਹੁੰਦੀਆਂ, ਗਰੇਸ ਉਹਨਾਂ ਨਾਲ ਅਦਾਕਾਰੀ ਕਰਨ ਲੱਗ ਪੈਂਦੀ ਅਤੇ ਉਹ ਹਮੇਸ਼ਾਂ ਆਪਣੇ ਲਈ ਸਭ ਤੋਂ ਜੋਸ਼ੀਲਾ ਰੋਲ ਰੱਖਦੀ।

Grace went into battle as Joan of Arc...

ਗਰੇਸ ਜੋਨ ਔਫ ਆਰਕ ਬਣ ਕੇ ਲੜਾਈ ਵਿਚ ਚਲੀ ਗਈ.....

and wove a wicked web as Anansi the spiderman.

ਅਤੇ ਉਸਨੇ ਸਪਾਈਡਰਮੈਨ ਅਨਾਨਸੀ ਵਾਂਗੂੰ ਇੱਕ ਭਿਆਨਕ ਜਾਲ ਬੁਣਿਆਂ।

She hid inside the wooden horse at the gates of Troy...

ਉਹ ਟ੍ਰੌਏ ਦੇ ਦਰਵਾਜ਼ੇ ਤੇ ਪਏ ਲੱਕੜੀ ਦੇ ਘੋੜੇ ਵਿਚ ਲੁਕ ਗਈ ....

she crossed the Alps with Hannibal and a hundred elephants...

ਉਹ ਹੈਨੀਬਲ ਅਤੇ ਸੌ ਹਾਥੀਆਂ ਨਾਲ ਐਲਪਸ ਦੇ ਪਹਾੜ ਪਾਰ ਕਰ ਗਈ ......

she sailed the seven seas
with a peg-leg and a parrot.

ਉਹ ਇੱਕ ਲੱਤ ਨਾਲ ਲੱਕੜ ਬੰਨ੍ਹ ਕੇ ਅਤੇ ਇੱਕ ਤੋਤਾ
ਲੈ ਕੇ ਸੱਤ ਸਮੁੰਦਰ ਪਾਰ ਕਰ ਗਈ।

She was Hiawatha, sitting by the shining Big-Sea-Water

ਉਹ ਵੱਡੇ ਸਮੁੰਦਰ ਦੇ ਚਮਕੀਲੇ ਪਾਣੀ ਕੋਲ, ਹਾਈਆਵਾਥਾ ਬਣ ਬੈਠੀ ਸੀ

and Mowgli in the back garden jungle.

ਉਹ ਪਿੱਛਲੇ ਬਗੀਚੇ ਵਾਲੇ ਜੰਗਲ ਵਿਚ ਮੋਗਲੀ ਬਣੀ ਹੋਈ ਸੀ।

But most of all Grace loved to act pantomimes. She liked to be
Dick Whittington turning to hear the bells of London Town or Aladdin
rubbing the magic lamp. The best characters in pantomimes were boys,
but Grace played them anyway.

ਪਰ ਸਭ ਤੋਂ ਵੱਧ ਗਰੇਸ ਨੂੰ ਨਾਟਕਾਂ ਵਿਚ ਆਦਾਕਾਰੀ ਕਰਨੀ ਚੰਗੀ ਲਗਦੀ ਸੀ। ਉਹ ਲੰਡਨ
ਸਹਿਰ ਦੀਆਂ ਘੰਟੀਆਂ ਸੁਣਨ ਲਈ ਡਿੱਕ ਵਿਟਿੰਗਟਨ ਬਣਨਾ ਪਸੰਦ ਕਰਦੀ ਸੀ ਜਾਂ ਜਾਦੂ ਦੇ
ਦੀਵੇ ਨੂੰ ਰਗੜਦਾ ਹੋਇਆ ਅਲਾਦੀਨ। ਨਾਟਕਾਂ ਦੇ ਸਭ ਤੋਂ ਵਧੀਆ ਪਾਤਰ ਲੜਕੇ ਸਨ, ਪਰ
ਗਰੇਸ ਨੇ ਉਹਨਾਂ ਦੀ ਹੀ ਅਦਾਕਾਰੀ ਕੀਤੀ।

When there was no-one else around, Grace played all the parts herself.
She was a cast of thousands. Paw-Paw the cat usually helped out.

ਜਦੋਂ ਆਲੇ ਦੁਆਲੇ ਕੋਈ ਨਹੀਂ ਸੀ ਹੁੰਦਾ ਤਾਂ ਗਰੇਸ ਸਾਰੇ ਰੋਲ ਆਪ ਹੀ ਅਦਾ ਕਰਦੀ ਸੀ।
ਉਸਨੇ ਹਜ਼ਾਰਾਂ ਹੀ ਰੋਲ ਨਿਭਾਏ। ਆਮ ਤੌਰ ਤੇ ਪੌਂ ਪੌਂ ਬਿੱਲੀ ਉਸਦੀ ਮੱਦਦ ਕਰਦੀ

And sometimes she could persuade Ma and Nana to join in, when they weren't too busy. Then she was Doctor Grace and their lives were in her hands.

ਅਤੇ ਕਈ ਵਾਰੀ ਉਹ ਆਪਣੀ ਮਾਂ ਅਤੇ ਨਾਨੀ ਨੂੰ ਆਪਣੇ ਨਾਲ ਖੇਡਣ ਲਈ ਮਨਾ ਲੈਂਦੀ, ਜਦੋਂ ਕਦੀ ਉਹ ਵਿਹਲੀਆਂ ਹੁੰਦੀਆਂ ਸਨ। ਫਿਰ ਉਹ ਡਾਕਟਰ ਗਰੇਸ ਹੁੰਦੀ ਅਤੇ ਉਹਨਾਂ ਦੀਆਂ ਜ਼ਿੰਦਗੀਆਂ ਉਸਦੇ ਹੱਥ ਵਿਚ ਹੁੰਦੀਆਂ।

One day at school her teacher said they were going to do the play of *Peter Pan*. Grace put up her hand to be... Peter Pan.

"You can't be called Peter," said Raj. "That's a boy's name."
But Grace kept her hand up.

"You can't be Peter Pan," whispered Natalie. "He wasn't black." But Grace kept her hand up.

"All right," said the teacher. "Lots of you want to be Peter Pan, so we'll have to have auditions. We'll choose the parts next Monday."

ਇੱਕ ਦਿਨ ਸਕੂਲ ਵਿਚ ਉਸਦੇ ਅਧਿਆਪਕ ਨੇ ਕਿਹਾ ਕਿ ਉਹ ਪੀਟਰ ਪੈਨ ਦਾ ਨਾਟਕ ਕਰਨਗੇ। ਗਰੇਸ ਨੇ ਪੀਟਰ ਪੈਨ ਬਣਨ ਲਈ ਆਪਣਾ ਹੱਥ ਖੜ੍ਹਾ ਕਰ ਦਿੱਤਾ।

"ਤੈਨੂੰ ਪੀਟਰ ਪੈਨ ਨਹੀਂ ਕਿਹਾ ਜਾ ਸਕਦਾ," ਰਾਜ ਨੇ ਕਿਹਾ। "ਉਹ ਤਾਂ ਲੜਕੇ ਦਾ ਨਾਮ ਹੈ।"

ਪਰ ਗਰੇਸ ਨੇ ਆਪਣਾ ਹੱਥ ਖੜ੍ਹਾ ਹੀ ਰੱਖਿਆ।

"ਤੂੰ ਪੀਟਰ ਪੈਨ ਨਹੀਂ ਬਣ ਸਕਦੀ," ਨੈਟਲੀ ਨੇ ਹੌਲੀ ਜਿਹੀ ਕਿਹਾ। "ਉਹ ਕਾਲਾ ਨਹੀਂ ਸੀ।"

ਪਰ ਗਰੇਸ ਨੇ ਆਪਣਾ ਹੱਥ ਖੜ੍ਹਾ ਹੀ ਰੱਖਿਆ। "ਠੀਕ ਹੈ," ਅਧਿਆਪਕ ਨੇ ਕਿਹਾ। "ਤੁਹਾਡੇ ਵਿਚੋਂ ਬਹੁਤ ਜਾਣੇ ਪੀਟਰ ਪੈਨ ਬਣਨਾ ਚਾਹੁੰਦੇ ਹਨ, ਇਸ ਲਈ ਤੁਹਾਨੂੰ ਸਾਰਿਆਂ ਨੂੰ ਰੋਲ ਕਰਕੇ ਦਿਖਾਉਣਾ ਪਵੇਗਾ। ਆਪਾਂ ਅਗਲੇ ਸੋਮਵਾਰ ਸਭ ਦੇ ਰੋਲ ਚੁਣ ਲਵਾਂਗੇ।"

When Grace got home, she seemed rather sad.

"What's the matter?" asked Ma.

"Raj said I couldn't be Peter Pan because I'm a girl."

"That just shows all Raj knows about it," said Ma.

"Peter Pan is *always* a girl!"

ਜਦੋਂ ਗਰੇਸ ਘਰ ਪਹੁੰਚੀ, ਉਹ ਕੁਝ ਉਦਾਸ ਲਗਦੀ ਸੀ।

"ਕੀ ਗੱਲ ਹੈ?" ਮਾਂ ਨੇ ਪੁੱਛਿਆ।

"ਰਾਜ ਕਹਿੰਦਾ ਸੀ ਕਿ ਤੂੰ ਪੀਟਰ ਪੈਨ ਨਹੀਂ ਬਣ ਸਕਦੀ ਕਿਉਂਕਿ ਮੈਂ ਇੱਕ ਲੜਕੀ ਹਾਂ।"

"ਇਸ ਤੋਂ ਇਹ ਪਤਾ ਲਗਦਾ ਹੈ ਕਿ ਰਾਜ ਇਸ ਬਾਰੇ ਕਿੰਨਾ ਕੁ ਜਾਣਦਾ ਹੈ," ਮਾਂ ਨੇ ਕਿਹਾ। "ਪੀਟਰ ਪੈਨ ਤਾਂ ਹਮੇਸ਼ਾਂ ਹੀ ਇੱਕ ਲੜਕੀ ਹੁੰਦੀ ਹੈ!"

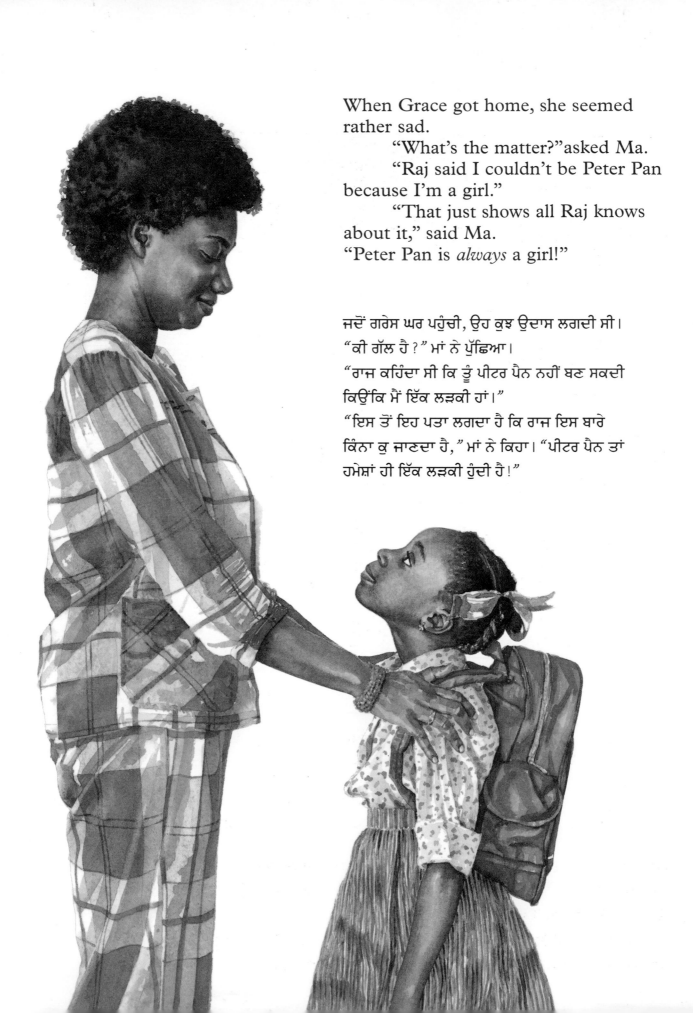

Grace cheered up, then later she remembered something else. “Natalie says I can’t be Peter Pan because I’m black,” she said.

Ma started to get angry but Nana stopped her.

“It seems that Natalie is another one who don’t know nothing,” she said. “You can be anything you want, Grace, if you put your mind to it.”

ਗਰੇਸ ਖੁਸ਼ ਹੋ ਗਈ, ਫਿਰ ਥੋੜ੍ਹਾ ਚਿਰ ਠਹਿਰ ਕੇ ਉਸਨੂੰ ਕੁਝ ਹੋਰ ਯਾਦ ਆ ਗਿਆ। “ਨੈਟਲੀ ਕਹਿੰਦੀ ਹੈ ਕਿ ਮੈਂ ਪੀਟਰ ਪੈਨ ਨਹੀਂ ਬਣ ਸਕਦੀ ਕਿਉਂਕਿ ਮੈਂ ਕਾਲੀ ਹਾਂ,” ਉਸਨੇ ਕਿਹਾ। ਮਾਂ ਗੁੱਸੇ ਹੋਣ ਲਗੀ ਸੀ ਪਰ ਨਾਨੀ ਨੇ ਉਸਨੂੰ ਰੋਕ ਦਿੱਤਾ।

“ਇਸ ਤਰ੍ਹਾਂ ਲਗਦਾ ਹੈ ਕਿ ਨੈਟਲੀ ਵੀ ਕੁਝ ਨਹੀਂ ਜਾਣਦੀ,” ਉਸਨੇ ਕਿਹਾ। “ਗਰੇਸ, ਜੇ ਤੂੰ ਆਪਣਾ ਮਨ ਬਣਾ ਲਵੇਂ ਤਾਂ ਤੂੰ ਜੋ ਕੁਝ ਵੀ ਬਣਨਾ ਚਾਹੁੰਦੀ ਹੈਂ, ਬਣ ਸਕਦੀ ਹੈਂ।”

ROSALIE
WILKINS
in
ROMEO & JULIET

ROMEO AND JULIET

ROSALI WILKINS

STUNNING NEW

Next day was Saturday and Nana told Grace they were going out. In the afternoon they caught a bus and a train into town. Nana took Grace to a grand theatre. Outside it said, "ROSALIE WILKINS IN ROMEO AND JULIET" in beautiful sparkling lights.

ਅਗਲੇ ਦਿਨ ਸਨਿਚਰਵਾਰ ਸੀ ਅਤੇ ਨਾਨੀ ਨੇ ਗਰੇਸ ਨੂੰ ਦੱਸਿਆ ਕਿ ਉਹ ਬਾਹਰ ਜਾ ਰਹੀਆਂ ਹਨ। ਦੁਪਹਿਰ ਤੋਂ ਬਾਅਦ ਉਹ ਇੱਕ ਬੱਸ ਅਤੇ ਇੱਕ ਗੱਡੀ ਫੜ ਕੇ ਸ਼ਹਿਰ ਚਲੀਆਂ ਗਈਆਂ। ਨਾਨੀ ਗਰੇਸ ਨੂੰ ਇੱਕ ਸ਼ਾਨਦਾਰ ਨਾਟ–ਘਰ ਵਿਚ ਲੈ ਗਈ। ਇਸਦੇ ਬਾਹਰ ਚਮਕੀਲੀ ਰੌਸ਼ਨੀ ਨਾਲ ਇਹ ਲਿਖਿਆ ਹੋਇਆ ਸੀ, "ਰੋਮੀਓ ਅਤੇ ਜੁਲੀਐਟ ਵਿਚ ਰੋਜ਼ਲੀ ਵਿਲਕਿਨਜ਼।"

"Are we going to the ballet, Nana?" asked Grace.
"We are, Honey, but I want you to look at these pictures first."
Nana showed Grace some photographs of a beautiful
young girl dancer in a tutu. "STUNNING NEW JULIET!" it said
on one of them.

"ਨਾਨੀ, ਕੀ ਆਪਾਂ ਬੈਲੇ ਦੇਖਣ ਜਾ ਰਹੀਆਂ ਹਾਂ ?" ਗਰੇਸ ਨੇ ਪੁੱਛਿਆ। "ਹਾਂ ਬੇਟੀ, ਪਰ ਮੈਂ
ਚਾਹੁੰਦੀ ਹਾਂ ਕਿ ਤੂੰ ਪਹਿਲਾਂ ਇਹ ਤਸਵੀਰਾਂ ਦੇਖ ਲਵੇਂ।" ਨਾਨੀ ਨੇ ਗਰੇਸ ਨੂੰ ਇੱਕ ਬਹੁਤ ਹੀ
ਸੁੰਦਰ ਨੱਚਣ ਵਾਲੀ ਲੜਕੀ ਦੀਆਂ ਤਸਵੀਰਾਂ ਦਿਖਾਈਆਂ, ਜਿਸ ਨੇ ਇੱਕ ਘੇਰੇ ਵਾਲਾ ਸਕਰਟ
ਪਹਿਨਿਆਂ ਹੋਇਆ ਸੀ। ਅਤੇ ਇੱਕ ਦੇ ਉੱਪਰ ਲਿਖਿਆ ਹੋਇਆ ਸੀ, " ਇੱਕ ਨਵੀਂ ਸੁੰਦਰ
ਜੁਲੀਐਟ!"

"That one is little Rosalie from back home in Trinidad," said Nana. "Her Granny and me, we grew up together on the island. She's always asking me do I want tickets to see her little girl dance – so this time I said yes."

"ਉਹ ਛੋਟੀ ਰੋਜ਼ਲੀ ਹੈ ਜੋ ਕਿ ਪਿੱਛੋਂ ਟਰਿਨੀਡੈਡ ਤੋਂ ਆਈ ਹੈ," ਨਾਨੀ ਨੇ ਕਿਹਾ। "ਉਸਦੀ ਦਾਦੀ ਅਤੇ ਮੈਂ ਇੱਕਠੀਆਂ ਹੀ ਉਸ ਟਾਪੂ ਉਤੇ ਵੱਡੀਆਂ ਹੋਈਆਂ। ਉਹ ਮੈਨੂੰ ਹਮੇਸ਼ਾਂ ਪੁੱਛਦੀ ਹੈ ਕਿ ਕੀ ਮੈਨੂੰ ਉਸਦੀ ਛੋਟੀ ਲੜਕੀ ਨੂੰ ਨੱਚਦੀ ਦੇਖਣ ਲਈ ਟਿਕਟ ਚਾਹੀਦੇ ਹਨ, ਇਸ ਵਾਰੀ ਮੈਂ ਹਾਂ ਕਰ ਦਿੱਤੀ।"

After the ballet, Grace played the part of Juliet, dancing around her room in her imaginary tutu.
“I can be anything I want,” she thought. “I can even be Peter Pan.”

ਬੈਲੇ ਦੇਖਣ ਤੋਂ ਬਾਅਦ ਗਰੇਸ ਨੇ ਆਪਣੇ ਕਮਰੇ ਵਿਚ ਨੱਚ ਕੇ ਜੂਲੀਅੇਟ ਦਾ ਰੋਲ ਨਿਭਾਇਆ। “ਮੈਂ ਜੋ ਵੀ ਚਾਹਾਂ ਬਣ ਸਕਦੀ ਹਾਂ,” ਉਸਨੇ ਸੋਚਿਆ। “ਮੈਂ ਪੀਟਰ ਪੈਨ ਵੀ ਬਣ ਸਕਦੀ ਹਾਂ।”

On Monday they had the auditions. Their teacher let the class vote on the parts. Raj was chosen to play Captain Hook. Natalie was going to be Wendy.

Then they had to choose Peter Pan.

Grace knew exactly what to do – and all the words to say. It was a part she had often played at home. All the children voted for her.

"You were great," said Natalie.

ਸੋਮਵਾਰ ਨੂੰ ਉਹਨਾਂ ਨੂੰ ਸੁਣਿਆ ਗਿਆ। ਉਹਨਾਂ ਦੇ ਅਦਿਆਪਕ ਨੇ ਵੋਟਾਂ ਪਾ ਕੇ ਰੋਲ ਚੁਣਨ ਲਈ ਕਿਹਾ। ਰਾਜ ਨੂੰ ਕੈਪਟਨ ਹੁੱਕ ਖੇਡਣ ਲਈ ਚੁੱਣਿਆ ਗਿਆ। ਨੈਟਲੀ ਨੇ ਵੈਂਡੀ ਬਣਨਾ ਸੀ। ਫਿਰ ਉਹਨਾਂ ਨੇ ਪੀਟਰ ਪੈਨ ਚੁਣਨਾ ਸੀ।

ਗਰੇਸ ਨੂੰ ਬਿਲਕੁੱਲ ਠੀਕ ਪਤਾ ਸੀ ਕਿ ਕੀ ਕਰਨਾ ਹੈ — ਅਤੇ ਸਾਰੇ ਸ਼ਬਦ ਕਿਵੇਂ ਕਹਿਣੇ ਹਨ। ਇਹ ਉਹੀ ਰੋਲ ਸੀ ਜੋ ਉਸਨੇ ਘਰ ਕਈ ਵਾਰ ਖੇਡਿਆ ਸੀ। ਸਾਰੇ ਬੱਚਿਆਂ ਨੇ ਉਸਨੂੰ ਵੋਟਾਂ ਪਾਈਆਂ।

"ਤੂੰ ਬਹੁਤ ਅੱਛੀ ਸੀ," ਨੈਟਲੀ ਨੇ ਕਿਹਾ।

The play was a great success and Grace was an amazing Peter Pan.

After it was all over, she said, "I feel as if I could fly all the way home!"

"You probably could," said Ma.

"Yes," said Nana. "If Grace put her mind to it – she can do anything she want."

ਨਾਟਕ ਬਹੁਤ ਹੀ ਸਫ਼ਲ ਹੋਇਆ ਅਤੇ ਗਰੇਸ ਇੱਕ ਅਸਚਰਜ ਪੀਟਰ ਪੇਨ ਬਣ ਗਈ।
ਜਦੋਂ ਇਹ ਸਭ ਕੁਝ ਖ਼ਤਮ ਹੋ ਗਿਆ, ਉਸਨੇ ਕਿਹਾ, "ਮੈਂ ਮਹਿਸੂਸ ਕਰਦੀ ਹਾਂ ਜਿਵੇਂ ਮੈਂ ਉਡ ਕੇ ਘਰ ਜਾ ਸਕਦੀ ਹਾਂ!" "ਸ਼ਾਇਦ ਤੂੰ ਜਾ ਸਕਦੀ ਹੈਂ," ਮਾਂ ਨੇ ਕਿਹਾ। "ਹਾਂ" ਨਾਨੀ ਨੇ ਕਿਹਾ।
"ਜੇ ਗਰੇਸ ਆਪਣਾ ਮਨ ਬਣਾ ਲਵੇ ਤਾਂ ਉਹ ਜੋ ਕੁਝ ਵੀ ਚਾਹੇ ਕਰ ਸਕਦੀ ਹੈ।"

OTHER DUAL LANGUAGE TITLES FROM FRANCES LINCOLN CHILDREN'S BOOKS

Rama and the Demon King
Jessica Souhami

When Rama is wrongfully banished to the forest,
Ravana uses a fiendish trick to kidnap his beautiful wife.
Jessica Souhami has adapted her own shadow puppet images
to create the bold illustrations in this ancient Hindu tale.

ISBN: 1-84507-384-3 (Panjabi)
ISBN: 1-84507-415-7 (Urdu)
ISBN: 1-84507-416-5 (Gujarati)
ISBN: 1-84507-417-3 (Bengali)

The Leopard's Drum
Jessica Souhami

A very small tortoise outwits a boastful leopard
to capture his drum in this dramatic retelling
of the traditional Asante tale from West Africa.
Jessica Souhami has adapted her own shadow puppet images
to create the bold illustrations.

ISBN: 1-84507-385-1 (Panjabi)
ISBN: 1-84507-418-1 (Urdu)
ISBN: 1-84507-419-X (Gujarati)
ISBN: 1-84507-420-3 (Bengali)

Frances Lincoln titles are available from all good bookshops.
You can also buy books and find out more about your favourite titles,
authors and illustrators on our website: **www.franceslincoln.com**